AF658924

പൂർണ.

2023

ഗിരീഷ് പെരുവയൽ

കോഴിക്കോട് ജില്ലയിലെ പെരുവയലിൽ ജനിച്ചു. അച്ഛൻ വടിക്കോട്ടിൽ നാരായണൻ നായർ, അമ്മ ഇന്ദിര മധുവനത്ത്. 26 വർഷം റെയിൽവേ സംരക്ഷണ സേനയിൽ ഉദ്യോഗസ്ഥനായി സേവനമനുഷ്ഠിച്ചു. നിരവധി നാടകങ്ങൾക്കും ടെലിഫിലിമുകൾക്കും രചനയും സംവിധാനവും നിർവഹിച്ചു. കഥകൾ, മിനികഥകൾ, ലളിതഗാനങ്ങൾ, സ്വാഗതഗാനങ്ങൾ ഉൾപ്പെടെ രചിച്ചിട്ടുണ്ട്. 24 ഗ്ലോബൽ കോഴിക്കോട് ശാരദാ പുരസ്കാരം, സ്നേഹ സ്പർശം കൈരളി അവാർഡ്, കലാകൈരളി പുരസ്കാര മുൾപ്പെടെ നിരവധി അംഗീകാരങ്ങൾ ലഭിച്ചു. ഒരു വ്യാഴവട്ടക്കാലമായി ജീവകാരുണ്യ- കലാ സാംസ്കാരിക സാമൂഹിക പ്രവർത്തനങ്ങൾ നടത്തുന്ന പെരുവയൽ സേവാസമിതി ഫൗണ്ടേഷന്റെ ജനറൽ സെക്രട്ടറി ആണ്. ഭാര്യ:ഷീബ. എൻ.ബി (അദ്ധ്യാപിക സാമൂതിരി ഹയർ സെക്കണ്ടറി സ്ക്കൂൾ, കോഴിക്കോട്) മക്കൾ : ഗ്രീഷ്മ.ജി.നായർ, ഗീതിക.ജി.നായർ. വിലാസം: പുത്തഞ്ചേരി, പെരുവയൽ, കോഴിക്കോട് 673008. e-mail id: gkperuvayal @gmail.com Mob: No: 9446339516

കവിതകൾ

ഗിരീഷ് പെരുവയൽ

പുള്ളിവെരുക്

പൂർണ പബ്ലിക്കേഷൻസ്, കോഴിക്കോട്
കോഴിക്കോട് ▪ കല്പറ്റ ▪ തിരുവനന്തപുരം

Poorna Publications

Pulliveruku
Poems
Gireesh Peruvayal

Malayalam
First Edition: May 2023

Cover design:Third Eye
Illustration: Sunil Peruvayal

Typesetting: Poorna Clt.
Printing: Manipal Technologies PVT. LTD.,

ISBN: 978-81-300-2630-5
10112(5-2023) 101.I.m.0.e

Published by:
POORNA PUBLICATIONS, KOZHIKODE
TBS Building, G.H. Road, Kozhikode-673001
Ph: 0495-2720085, 2720086, 2721025

Branches:**Kalpetta** 04936-203842
Thiruvananthapuram 0471-2570504

e-mail:tbsbook@gmail.com
Online Bookstore: www.tbsbook.com

താളുകളിലേക്ക്

എന്റെ ജീവിതയാത്രയിലുടനീളം നിറഞ്ഞുനിൽക്കുന്ന ചിത്രങ്ങൾക്ക് നേർക്കാഴ്ചയും ഉൾക്കാഴ്ചയും ചേർത്ത് നിറം ചാർത്താനുള്ള ശ്രമമാണ് ഈ കവിതകളിൽ. കുട്ടിക്കാലത്തെ കൂട്ടായ്മകളും പ്രകൃതിയുടെ വിരിമാറിലാറാടി തിമിർത്ത കുസൃതികളും ഗ്രാമീണത നിറഞ്ഞ ആഘോഷങ്ങളും ജീവിതചര്യകളും വിഭവങ്ങളും കണ്ടും കേട്ടും അനുഭവിച്ചറിഞ്ഞുമാണ് ഞാൻ വളർന്നത്.

അധികം വൈകാതെ അവിചാരിതമായി കയറി വന്ന വിവരസാങ്കേതിക വിദ്യയിയുടെ വിപ്ലവകാലത്ത് രണ്ടു വ്യത്യസ്തമായ തലമുറകളിലെ ഗുണദോഷസമ്മിശ്രഫലങ്ങൾ പങ്കിടാൻ ഭാഗ്യമുണ്ടായതാണ് ഞങ്ങളുടെയെല്ലാം വലിയ നേട്ടം. നമ്മുടെ പിന്മുറക്കാരുടെ സന്തതസഹചാരികളായിരുന്ന ഒരുപാട് പ്രകൃതിവിഭവങ്ങൾ അന്യംനിന്ന് പോയ്ക്കൊണ്ടിരിക്കുന്ന വേദനാജനകമായ കാഴ്ചയിലേക്ക് തിരിഞ്ഞുനോക്കുമ്പോഴുണ്ടാകുന്ന വിരഹവും സ്നേഹവും കരുതലുമെല്ലാം ഈ കവിതകളിൽ നിഴലിച്ചുകാണാം.

സോഷ്യൽ മീഡിയയുടെ ആർത്തിമൂത്ത വളർച്ചയുടെ കാലത്ത് കറുത്ത പൊന്നായും സഞ്ചിയായും പാളത്തൊപ്പി ചാർത്തിയ കലിയനായും അവസാനം രാജ്യമൊട്ടാകെ അടച്ച കോവിഡ് മഹാമാരിയിൽ നമ്മുടെ അധിനിവേശത്താൽ വനാന്തരങ്ങളിൽ നിന്നിറങ്ങിവന്ന പുള്ളിവെരുകായും നമ്മുടെ ജീവിതത്തിലേക്കെത്തിനോക്കുന്ന അപ്രതീക്ഷിത അതിഥികളുമൊത്തുള്ള യാത്രയുടെ വൈകാരികതയിൽനിന്ന് കഴിഞ്ഞ കാലത്തിന്റെ നന്മ പകർന്നു നൽകുവാനുള്ള ശ്രമവും ആഗ്രഹവും ഈ വരികളിൽ വായിച്ചെടുക്കാം.

നിലവിലെ സാഹചര്യത്തിൽ ശൈശവത്തിലേക്ക് എത്തിനോക്കുവാനുള്ള വെമ്പൽ അമ്മയുടെയും അച്ഛന്റെയും സ്നേഹവാത്സല്യ ഭാവങ്ങൾ ഉൾപ്പെടെ ഈ കവിതകളിൽ പ്രതിപാദിക്കുന്നു. മലയാള സാഹിത്യഭാഷയിൽ എനിക്ക് വലിയ പരിജ്ഞാനമില്ല എങ്കിലും എന്റെ

വികാരവിചാരങ്ങൾ എന്റേതായ ഭാഷയിൽ അവതരിപ്പിക്കുമ്പോൾ സാഹിത്യത്തോട് പരമാവധി ചേർന്നുനിൽക്കാൻ ശ്രമിച്ചിട്ടുണ്ട്. ഞങ്ങളുടെ തലമുറയ്ക്ക് ഗതകാലസ്മരണ ഉണർത്തുവാനും, പ്രിയപ്പെട്ട കുട്ടി കൾക്ക് പിന്മുറക്കാരുടെ ജീവിതസാഹചര്യവും ശൈലിയും അറിയു വാനും ഈ കവിതകൾ ഉപകരിക്കുമെന്ന പ്രതീക്ഷയോടെ, “പുള്ളിവെരുക്” എന്ന കവിതാസമാഹാരം എന്റെ പ്രിയപ്പെട്ട വായനക്കാർക്ക് സമർപ്പിക്കുന്നു.

ഗിരീഷ് പെരുവയൽ

ഗൃഹാതുരത്വത്തിന്റെ കാവ്യഭംഗി

യാന്ത്രികവേഗത്തിന്റെ തീവ്രവർത്തമാനകാലത്ത് നഷ്ടബോധം കിനിയുന്ന ഗൃഹാതുരസ്മരണകൾ അയവിറക്കുകയാണ് 'പുള്ളിവെരുക്' എന്ന കാവ്യസമാഹാരത്തിലെ പതിനഞ്ചു രചനകളിൽ ഭൂരിപക്ഷവും. ഓണവും പാണനും കലിയനും പുള്ളിവെരുകുമെല്ലാം ഗൃഹാതുരത്വത്തിന്റെ പ്രതീകമായി കവിതകളിൽ കടന്നുവരുന്നു. സംവേദനത്തിനു തടസ്സമാകുന്ന സങ്കീർണ്ണതകളേതുമില്ലാത്ത തെളിനീരൊഴുക്കു പോലെയാണ് ഗ്രന്ഥകാരനായ ശ്രീ. ഗിരീഷ് പെരുവയലിന് തന്റെ രചനകൾ.

അച്ഛൻ അത്രമേൽ സാന്ദ്രമായ ഒരോർമ്മയാണ് കവിക്ക്. ഇന്നത്തെ സെൽഫി ഓണമല്ല കവിമനസ്സിലെ നിർമ്മലഓണം. കിണറും പാളത്തൊപ്പിയും കയറും കവിയെ ഓർമ്മകളാൽ വരിഞ്ഞു മുറുക്കുന്നു. ആർഷഭാരത സംസ്കാരത്തിൽ ആത്മനിർഭർഭാരത സൃഷ്ടിക്കാണ് കവി മോഹിക്കുന്നത്. കലിയനെ സ്വീകരിക്കാനാണ് പ്ലാവിലക്കാളയുണ്ടാക്കുന്നത്. കവിമനസ്സിലെ കൃഷ്ണൻ അവിടെ നിറഞ്ഞൊഴുകുകയാണ്.... ഇങ്ങനെ കവിതകളോരോന്നും അനുവാചക മനസ്സുകളെ അക്ഷരാർത്ഥത്തിൽ തരളിതമാക്കുന്നു.

കവിയുടെ സർഗ്ഗസഞ്ചാരത്തിലെ ഒരിടത്താവളമായി ഞാനീ കാവ്യസമാഹാരത്തെ കാണുന്നു. ഇനിയും ഒരുപാടുദൂരം മുന്നേറാനുള്ള ഭാരിച്ച ഉത്തരവാദിത്വം കൂടി ഇതിലെ കവിതകൾ അദ്ദേഹത്തിനു നൽകുന്നു. ആ കാവ്യായനത്തിന് ആശംസകൾ നേരുന്നു.

ഡോ. കെ. ശ്രീകുമാർ

ഉള്ളടക്കം

അച്ഛൻ

ഓരോദിനവും കൺമിഴിക്കുമ്പോൾ
മനസ്സിന്റെ ചന്ദനകട്ടിലിൽ അച്ഛൻ
എന്റെ കുഞ്ഞു മനസ്സിന്റെ
കാഞ്ചന കൂട്ടിൽ അച്ഛൻ
ഒത്തിരി ദൂരം നടക്കാൻ മടിക്കുമ്പോൾ
ചുമലിലേറ്റി കൊള്ളും അച്ഛൻ
ചന്തം നിറയണ തുമ്പപ്പൂവിലെ
തുമ്പിയെ കൊണ്ടൊരുമച്ഛൻ
ആകാശത്തെന്നും കൂട്ടുവന്നമ്പിളി
പാലൊളി തൂകുന്നസത്യം പകർന്നു
സപ്തവർണ്ണങ്ങളറിഞ്ഞു
മാനത്തെ മഴവിൽ മനസ്സിൽ നിറഞ്ഞു
അച്ഛന്റെ ചുമലിലിരുന്നാദ്യമായി ഞാനെന്റെ
കണ്ണന്റെ പൂമേനി കണ്ടു
കാഴ്ചശീവേലി കണ്ടു
ഗുരുവായൂർ കണ്ണന്റെ
കാഴ്ചശീവേലി കണ്ടു
അൾത്താരയിലായിരം ആനകൾ നിറയണ
പൂരം അന്ന് ഞാൻ കണ്ടു
ആനകൾ കുട ചൂടണ് കണ്ടു
വർണ്ണങ്ങൾ വിരിയണ കുടമാറ്റം
കൊതിതീരെ കണ്ടു
ദിനകരനുണരുമ്പോൾ
ധ്യാനത്തിൽ ധന്യനാം
അച്ഛന്റെ പൊൻമുഖം കണ്ടു

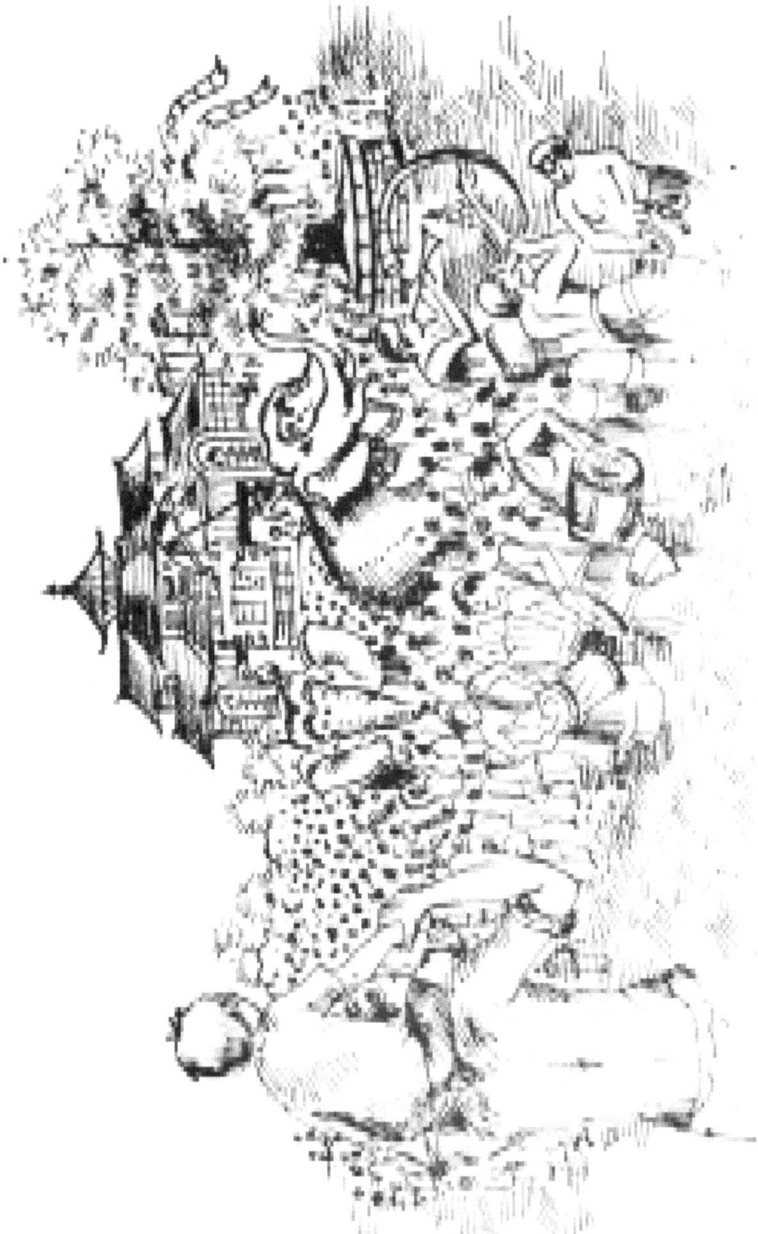

അച്ഛൻ

പൊൻകതിർ പ്രഭാപൂരം കൊണ്ടു
ഓരോ സന്ധ്യയും വിടചൊല്ലുമ്പോൾ
അമ്പിളി നോക്കി ചിരിക്കും അച്ഛനെപ്പോലെ
അമ്പിളി നോക്കി ചിരിക്കും
എന്നും വിതുമ്പുന്ന കുഞ്ഞു മനസ്സിനു
സാന്ത്വനമേകുമെന്റെച്ഛൻ
എന്റെ വേദനയൊപ്പുമെന്റച്ഛൻ
അച്ഛന്റെ മാറിൽ ചേർന്നുറങ്ങുമ്പോൾ
അമ്മതൻ വേർപാടറിഞ്ഞില്ല
എന്റെ കുഞ്ഞുമനസ്സ് കരഞ്ഞില്ല
ഓരോ പകലും വിരഹമായിത്തീരും
ഓർമ്മകൾ ദീപ്ത ചിത്രങ്ങളാകും
ഒട്ടും തിരിയാതെ ഞാനാ ഫോണിന്റെ
ബട്ടനമർത്തുമ്പോൾ കേൾക്കാം
അച്ഛന്റെ ശബ്ദം കേൾക്കാം
അങ്ങകലെ അച്ഛന്റെ ശബ്ദം കേൾക്കാം

ഓണം വന്നേ...

ഞാനുണ്ണിയായിരുന്നരാവേളയിൽ
നാട്ടിപാട്ടിൻ ഈരടികൾ ഉയരണ
പാട്ടു പാടുന്ന പെണ്ണുങ്ങൾ ചാരത്ത്
നാട്ടി പിടികൾ കിടക്കുന്ന പാടത്ത്
ഞാറ്റുവരമ്പത്താടിവരുന്നരാ
ഓണപ്പൊട്ടൻ ഓർമ്മയിൽ നിറയണ
ഒരുപാടൊരുപാട് ഓണമുണ്ടേ

ഞാറുമില്ല ആറുമില്ലാതാകുന്ന കാലത്ത്
ഞാനൊരച്ഛനായി തീർന്ന ലോകത്ത്
തുമ്പയും തെച്ചിയും മുക്കുറ്റി ഇല്ലാതെ
ചാണകം തളിക്കാത്ത കോൺക്രീറ്റ് മുറ്റത്ത്
ഉണ്ണികൾ കൃത്രിമ പൂക്കളം തീർക്കണ
പൂക്കളം വിടരണ ഓണമിന്ന്

പൊൻമ്പറ കുന്നിലെൻ പിഞ്ചു വയസ്സിൽ ഞാൻ
ചെങ്കണ പുല്ലിനാൽ ചെഞ്ചോര കണ്ടതും
അഞ്ചാറു നാഴിക ഉള്ളൊരു നേരത്ത്
ശവുക്ക് മരങ്ങൾ ചൂളം വിളിച്ചതും
തെച്ചിപ്പൂക്കളറുത്തു നടന്നതും
പിച്ചവെച്ചൻ മനസ്സിൽ തെളിയണ
ഒരുപാട് ഒരുപാട് ഓണമുണ്ട്

കുളക്കോഴികൾ കൂകുന്ന നേരത്ത്
കാടും കവുങ്ങും നിറഞ്ഞാടുന്ന കൂട്ടത്തിൽ

അതിരാണി പൂക്കൾ മനസ്സിൽ വിരിയണ
ഒരുപാട് ഓണം കടന്നു പോയി

കാശിനു പൂക്കളം തീർക്കുന്ന കാലത്ത്
കാക്കപൂക്കൾ തേടുന്ന നേരത്ത്
കല്ലേരി പാടങ്ങൾ കാണാമറയത്ത്
ചാലിപാടത്തു എൻ മനം വിങ്ങണ
കാക്കപൂക്കൾതൻ ഓണമുണ്ടേ

പൂമുറ്റത്തിൽ പൂക്കളം തീർത്തൊരു
തൃക്കാക്കരപ്പനെ പൂവിട്ട് പൂജിച്ച
കോളാമ്പിപ്പൂക്കൾ കുടചൂടി നിൽക്കണ
ഓണക്കോടിയുടുത്തു നടന്നൊരു
പഞ്ഞമില്ലാത്തോരോണമന്ന്

കൈകൊട്ടികളിയുടെ താളത്തിൽ വിരിയണ
ഓണപ്പാട്ടുകൾ പാടി നടന്നോരാ
ഓണപ്പൊട്ടൻ തേടിവരുന്നരാ
മാവേലിമന്നൻ എഴുന്നള്ളുന്ന
മേള കൊഴുപ്പിന്നോണമന്ന്

അരിഅരച്ചെഴുതിയ കോലായിൽ അന്ന്
ഉണ്ണിയപ്പത്തിന് എണ്ണ മണക്കുന്ന
ഉണ്ണി വയറുണ്ടു നിറച്ചിട്ട് ഊഞ്ഞാലാടിയോരോണമന്ന്

തുമ്പയില്ലാതെ എൻ നെഞ്ചകമെരിയുന്ന
ഉണ്ണികൾ ചമ്രം പടിഞ്ഞിരുന്നുണ്ണാത്ത
അഞ്ചാറ് പൊന്നോണം കടന്നുപോയി

പൂ പറിക്കാനൊരുങ്ങാതെ എന്നുണ്ണികൾ
കമ്പ്യൂട്ടറിൻ മോസു നിരക്കുമ്പോൾ
അമ്മയും അമ്മൂമ്മയും പത്നിയും പെങ്ങളും
സീരിയൽ കണ്ടു രസിക്കുന്ന നേരത്ത്
ഇടവേളയിൽ എവിടെയോ നിറഞ്ഞു തുളുമ്പി
വിളംബരത്തിൽ പോന്നോണം വന്നേ

മദ്യം വെറുക്കാത്ത പെണ്ണുങ്ങൾ ലോകത്തു
മദ്യപാനിയെ പൊറുക്കുന്ന നേരത്ത്
നേരും നെറിയും വേർതിരിക്കാതെ
എങ്ങനെ കലികാലത്തോണമുണ്ണും.
കാലം കലികാലമാകുന്ന നേരത്ത്
നാണം മറയ്ക്കുവാൻ ഉടുതുണി തേടുന്ന
പെണ്ണുങ്ങൾ നഗ്നത കാട്ടി നടക്കുന്ന
ആണുങ്ങൾ ആടിത്തിമർക്കുന്ന
അശ്ലീല വാക്കുകൾ കോരിച്ചൊരിയുന്ന
വാട്സ്ആപ്പ് ചാറ്റുകൾ റാകി പറക്കുന്ന
മദ്യം മണക്കുന്ന ഓണമിന്ന്
എൻ മുന്നിലിപ്പോൾ
പൂത്തറ തീർക്കാത്ത, തുമ്പപ്പൂ വിരിയാത്ത,
ഉണ്ണികൾ ചമ്രം പടിഞ്ഞിരുന്നുണ്ണാത്ത
മദ്യം മണക്കുന്നൊരോണമിന്ന്

ഓണപ്പാട്ടിൻ ഈരടികൾ ഫോണിൽ റിങ്ടോണായി ഉയരുമ്പോൾ
എവിടെനിന്നോ
സന്ദേശമായി ഓണം വന്നേ
സോഷ്യൽ മീഡിയയിൽ എവിടെനിന്നോ
ആംഗലേയത്തിൽ സന്ദേശമായി ഓണം വന്നേ

പാണൻ പറയാത്ത കഥ

പാണനൊരുപാട് നാടുനീളെ നടന്ന്
പാടി പതിഞ്ഞ കഥകളുണ്ടേ
തൊടിയും കുന്നും കേറി, പാടവരമ്പത്തൂടെ
പാടി നടന്ന കഥകളാണെ
മാളോരേ നിങ്ങൾ കേട്ടതില്ലേ
വേദങ്ങൾ, ബ്രാഹ്മണങ്ങൾ, ആരണ്യകങ്ങൾ
ഗീതയും, ഭാഗവതവും നിറഞ്ഞു നിന്ന
ഗായത്രി മന്ത്രമൊഴുകി വന്ന
ഭാരത ഭൂവിന്റെ ഭാഗമിത്

അക്കഥയൊക്കെയും കേട്ടതാണ്
പുത്തൂരം വീട്ടിലും ആറ്റുമണമേലും
പാടി പ്രകീർത്തിച്ച കഥകളാണ്
അക്കഥ പാടി പതിഞ്ഞതാണ്
ഇക്കഥ ഏൻ പറയാത്തതാണ്
നുണയും പതിരും നിറഞ്ഞതല്ല
നേരായ നേരിൽ നെയ്യ് ചേർത്തതാണെ
ഇക്കഥ പാടി പതിഞ്ഞതല്ല
ഒക്കെയും ഏൻ പറയാത്തതാണേ

ചട്ടമ്പിസ്വാമിയും, അയ്യങ്കാളിയും
നാട്ടിൽ ചിത്തഭ്രമം തീർക്കാനോടിയോടി
ചത്തതിനൊക്കിലും ജീവിച്ചിരുന്ന
പാവം ചണ്ഡാലന്റെ കഥയാണിത്

ജാതി പറയാൻ ആരുതെന്നോതിയ
മനസ്സിൻ ജാലകം തുറന്നുവെച്ച
ദിവ്യഗുരുദേവൻ ജനിച്ചു വീണ
ശാന്തിമന്ത്രങ്ങൾ തൻ ധന്യനാട്
വേദമന്ത്രങ്ങൾ മുഴങ്ങി നിന്ന
ആദിശങ്കരൻ ജനിച്ച നാട്
അർത്ഥവും വ്യാപ്തിയും നിറഞ്ഞു നിന്ന
അദ്വൈതത്തിന്റെ അമ്മ ഭൂമി

ഉച്ചനീചത്വങ്ങൾ ഉയർന്നുവന്ന
തത്വമസി ദിവ്യപ്രഭ ചൊരിയുന്ന
ഇക്കഥ ഏൻ പറയാത്തതാണ്
കേരളനാടിന്റെ കഥയാണിത്
നാടെങ്ങും കേളിയുയർത്തിയ
രാശി ചക്രങ്ങൾ മാറിവന്ന
കേരളനാടിന്റെ കഥയാണിത്

കേരളത്തിൽ കേരവൃക്ഷംപോലെ വരദാനമായ വൃക്ഷമാണ് കവുങ്ങ്. അതിന്റെ ഇല കവുങ്ങിൻ പട്ട എന്ന പാള നമ്മുടെ പൂർവികരുടെ ജീവിത ദിനചര്യകളിൽ കരുതലും സ്നേഹവും നിറച്ച് അനിഷേധ്യമായ ബന്ധം പുലർത്തിയിരുന്നു. പിന്മുറക്കാരുടെ സന്തത സഹചാരിയായിരുന്ന പാള, ഒരുകാലത്ത് കേരളീയരുടെ ഇഷ്ടപാത്രമായിരുന്നു. കുട്ടിക്കാലത്ത് മണ്ണപ്പമുണ്ടാക്കി കളിച്ച കാലം തൊട്ട് മലയാളിയുടെ അന്ത്യയാത്രയിൽ ആത്മാവിന് നിത്യശാന്തി നേരുന്നത് വരെയുള്ള എല്ലാ മംഗള വിരഹ കർമങ്ങൾക്കും പാള മൂകസാക്ഷിയായി.

എന്നും നമ്മുടെ മിത്രമായിരുന്ന പാളയെ രൂപമാറ്റം വരുത്തി പുതു തലമുറ നാടുകടത്തികൊണ്ടിരിക്കുന്നു. അടുത്ത കാലങ്ങളിൽ പത്ര മാധ്യമങ്ങളിൽ വന്ന വാർത്തയാണ് ഈ കവിതക്ക് ആധാരം.

“പാള കയറ്റുമതിയിലൂടെ കേരളം നേടിയത് കോടികൾ” ഈ വാർത്തയുടെ നിജസ്ഥിതി അന്വേഷിച്ച് വിദേശത്തെത്തിയ ലേഖകനെ കണ്ട പാള തന്റെ ശൈശവം തൊട്ടുള്ള സൗഹൃദവും, തന്റെ പിന്മുറ ക്കാർക്ക് കാരണവന്മാരിൽ നിന്ന് നേരിടേണ്ടി വന്ന അസഹിഷ്ണുതയും മറച്ചുവെക്കാതെ നൽകിയ അഭിമുഖത്തിലെ പ്രസക്ത ഭാഗങ്ങളാണ് ഈ കവിതയിലുടനീളം വരച്ചുകാണിക്കുന്നത്.

പാള

അംബരചുംബിയാം കവുങ്ങിൽ നിന്നും
ദന്തങ്ങളറ്റു ഞാൻ വീഴുന്നതുനോക്കി
നീ കാത്തിരുന്ന കാലം
പെറ്റമ്മതൻ കരവലയത്തിൽ നിന്നുതിർന്നു വീഴുമ്പോഴും
തെല്ലും പരിഭവമില്ലെനിക്കൊട്ടും
എന്റെ പൂർവ്വികർ നിന്നോടൊത്തു രമിച്ചതൊക്കെയും
എന്നമ്മതൻ ഒക്കത്തിരുന്നു മോഹിച്ചുപോയ്

എന്റെ യൗവനത്തിലെപ്പോഴോ
വിരിഞ്ഞ പൂക്കളറുത്തു നീ
നിന്റെ ഭൂത നാഗ ദൈവങ്ങളെ തൃപ്തരാക്കി
എന്റെ പൊന്നു മക്കളെ വെച്ചു നീ
നിന്റെ സത്കർമ്മകളൊക്കെയും ധന്യമാക്കി
വെറ്റിലയിലവരിരുന്ന നേരം
ദക്ഷിണയായില്ലേ നിനക്ക്

എന്നെ കുത്തിനോവിച്ചു തൊട്ടിയുണ്ടാക്കി
കയറിൽ കെട്ടി എറിഞ്ഞനേരം
മരണ വെപ്രാളത്തിലാദ്യമായ് ഞാനാ
കിണറ്റിലേക്കെടുത്തുചാടി
ദൃഢഗാത്രനാം കയറിൽ തൂങ്ങി പ്രണയിച്ച കാലം
നിന്റെ പ്രഭാതകർമ്മങ്ങളിലൊക്കെയും
എന്നെയും കൂട്ടി നടന്ന കാലം
വെട്ടോല മറച്ചൊരാ ശുചിമുറിക്കപ്പുറം
കുത്തിയിരുന്നു ഞാൻ കാത്തിരുന്നകാലം

എന്റെ കുമ്പിളിലെ ജലകണങ്ങൾ
നിന്റെ നിതംബവും താണ്ടിയുമ്മവെക്കുമ്പോൾ
എൻ നയനങ്ങളറിയാതങ്ങടഞ്ഞു പോയി

കിണറ്റിൻകരയിൽ തനിച്ചിരിക്കുമ്പോൾ
തണുത്ത മാരുതൻ പിച്ചവെക്കുമ്പോൾ
പകലന്തിയോളം പണിയെടുത്ത പെണ്ണുങ്ങൾ
ജലധാരകൾ കൂന്തലിലിറ്റു വീഴ്ത്തുമ്പോൾ
മാറുമറക്കാത്ത മാറുകൾ
കൂരിരുട്ടിലുമ്മ വെക്കുമ്പോൾ
ജലകണങ്ങൾ മുത്തുകളായ്
മുലക്കണ്ണിൽ നിന്നുതിർന്നു വീഴുമ്പോഴും
കാണാപാതി ഞാനാ കിണറ്റിലേക്കെടുത്തുചാടി

മോന്തിക്കു തോർത്തിനാൽ കൂന്തൽ വാർക്കുമ്പോൾ
അന്തിയിൽ നിന്റെ ചന്തിയാൽ മറഞ്ഞ രഹസ്യങ്ങളൊന്നുമേ
പങ്കുവെച്ചില്ല ഞാൻ
കാമുകനായ കയറോടും പോലും പങ്കുവെച്ചില്ല ഞാൻ

നിന്റെ പൈതലാദ്യമായ് കുളിച്ചതെൻമടിയിൽ
നിന്റെ ആദ്യ സവാരിയും മടിയിൽ
എന്റെ നെഞ്ചത്തുകയറി നിന്റെ പിഞ്ചോമനകൾ
എഞ്ചുവടിയെണ്ണി രസിച്ചു
എന്റെ വാർമുടിയിൽ പിടിച്ചു വലിച്ചു
ആർപ്പുവിളിച്ചുല്ലസിച്ചു നടന്ന കാലം
പാളയാം എന്നെ മുറിച്ചു നിന്റെ മക്കൾ
കാളയുണ്ടാക്കി കളിച്ചകാലം
എന്റെ മുഖത്തു കരിവാരിത്തേച്ചു കണ്ണെഴുതി
തിരുവാതിര കോലമായതോർമ്മയില്ലേ
എന്റെ മൂക്കു കുത്തി കയറിട്ടു കെട്ടി തൂക്കി
ഉമിക്കരി സൂക്ഷിച്ചിരുന്ന കാലം

എന്റെ കൂന്തലറ്ത്തു നാരിമാർ
ചൂലുണ്ടാക്കി മുറ്റമടിച്ചു മടുത്തകാലം
പ്ലാസ്റ്റിക് നാരുകൾ ചേർന്ന് നിന്നപ്പോൾ
ആർത്തിയോടെ വാരിപുണർന്നതെന്തേ?
എന്നെ മറന്നു നീ
ആർത്തിയോടെ വാരിപുണർന്നതെന്തേ?

ചാണകവും, കരിയും, ചുണ്ണാമ്പും കുഴമ്പാക്കി
നിന്റെ ഗൃഹപ്രതലങ്ങളിൽ തേച്ചു മിനുക്കി
എന്റെ നാക്കു പാളക്കാക്കി വടിച്ചെടുത്തു
അന്തിയുറങ്ങുമ്പോഴെങ്കിലും
ചിന്തിച്ചതേയില്ല നീ ....

ഊരുറങ്ങുന്ന പാതിരാനേരത്ത്
ഊരയിലെന്നെയും കോർത്തു നീ
ചേറ്റുവെള്ളത്തിൽ ആറ്റുമീൻ പിടിച്ചതൊക്കെയും
ചോർന്നു പോകാതെ ഞാൻ കാത്തതല്ലേ

മുളകും മല്ലിയും മഞ്ഞളും അമ്മിയിലരച്ചു
എന്റെ നാക്ക് പിഴുതു വടിച്ചെടുത്തു
നാരിമാർ നായികമാരായ കാലം
നാക്കിലൂറുന്ന രസക്കൂട്ടുചാലിച്ചു
ആർത്തിയോടെ സാമ്പാറും കൂട്ടി ഉണ്ടതോർമ്മയില്ലേ
ഇന്നു യന്ത്രങ്ങൾ വന്നതിൽ പിന്നെ
ഞാനാർക്കും വേണ്ടാത്ത ജന്മമായി

എന്റെ ഉടലറുത്തു പിടി വെച്ചെങ്കിലും
നിന്നെ ഒട്ടും വെറുത്തില്ല ഞാൻ
മൗഢ്യമില്ലാതെ പണ്ഡിതനെന്നോ പാമരനെന്നോ പാക്കാതെ

തമ്പ്രാന്റെ കൈയ്യിലും അടിയാന്റെ കുടിലിലും
ഉഷ്ണകാലത്തെന്നും കുളിരേകി സമത്വമാം
വിശറിയായതോർമ്മയില്ലേ

എന്നെ പാളത്തൊപ്പിയാക്കി
പിന്നെ കാളപ്പുറത്തേറി പാഞ്ഞകാലം
വെയിലും മഴയുമേൽക്കാതെ ഞാനാ
ഞാറ്റുവേലകാലത്തു കാത്തതലേ
പാളത്തൊപ്പി പൊൻകിരീടമായതല്ലേ

നിന്റെ വേർപാടിലും നെടുവീർപ്പിലും
ഞാൻ പാദസേവചെയ്തതോർമ്മയില്ലേ
അന്ത്യകർമ്മങ്ങളിലെന്നെ കുമ്പിളാക്കി
അസ്ഥിപഞ്ജരങ്ങൾ കിടത്തി
പാലും പനിനീരു ഇളനീര് വീഴ്ത്തി
എന്റെ കണ്ണീരു ദർഭയിൽ വീണല്ലേ
നിന്റെ പൂർവികരൊക്കെയും ശാന്തിയടഞ്ഞത്
നിന്റെ പൂർവികരൊക്കെയും ആത്മശാന്തിയടഞ്ഞത്

എങ്കിലും ഇടവേളയിലെവിടെയോ നിന്റെ തലമുറകൾ
എന്നെ അടിമയാക്കി നാടുകടത്താനൊരുമ്പെടുന്നു
എന്റെ കേശഭാരങ്ങൾ നീക്കി
പളുങ്കു ശരീരത്തെ വട്ടത്തിൽ വെട്ടിവടിവാക്കി
ഉണ്ണാൻ പാകത്തിൽ കിണ്ണമാക്കി
പിന്നെ പിഞ്ഞാണമാക്കി
ദേശത്തു നിന്നു മാറ്റി വിദേശത്തുപ്രിയമാക്കി
കൊട്ടാരങ്ങളുടെ പ്രൗഢഗംഭീരതീന്മേശകളിൽ
കയറിയിരിക്കുമ്പോൾ
എന്തൊരഹന്തയായിരുന്നെന്നോ
എനിക്കെന്തൊരഹന്തയായിരുന്നെന്നോ

ശൈശവത്തിൽ നിന്നോടൊത്തു കളിച്ച സതീർഥ്യന്
വൈകിയാണെങ്കിലും നീയണിയിച്ച
പൊന്നിൻ കിരീടമിത്
എങ്കിലും ഒരു വേദന കനലായ്, കറയായ്
കടലിനപ്പുറത്തു മനസ്സിൽ കിടപ്പുണ്ട്

ഒരു വേദന കനലായ്, കറയായ്
പിന്നെ - പ്രേമമായ് മനസ്സിൽ കിടപ്പുണ്ട്
നിന്നോടൊത്തു രമിച്ചകാലമത്രയും
നീയെന്നെ തിരിച്ചറിയാതെ പോയി
എന്റെ വരദാനങ്ങളറിയാതെ
നിന്റെ കണ്ണിൽ തമസ്സു നിറഞ്ഞുപോയ്

കൂരിരുട്ടിൽ തപ്പിനീ ഉണ്ണാനൊരുങ്ങുമ്പോൾ
പ്ലാസ്റ്റിക്കു കിണ്ണത്തെ തേടിടുന്ന
നിന്നെയോർത്തെന്റെ കണ്ണു നിറഞ്ഞിടുന്നു
എന്റെ കുമ്പിളിലെ ജലകണങ്ങൾ
കണ്ണീർ കണങ്ങളായ് നിന്റെ
ദീപ്ത സ്മരണമേൽ ഇറ്റിറ്റു വീഴുന്നു

ഒരു ഗ്രാമത്തിന്റെ സ്വയംപര്യാപ്തതയിലേക്കുള്ള യാത്ര

മണമുള്ള ഗുണമുള്ള ഗ്രാമത്തിൻ ഭംഗിയിൽ
നന്മ എങ്ങോപോയി മറഞ്ഞ കാലം
അക്കാലമത്രയും വികസനമെന്തെന്ന്
തൊട്ടുതീണ്ടാതെ കഴിഞ്ഞ കാലം
ഗാന്ധി പറഞ്ഞൊരാ ഭാരത ഹൃദയത്തിൽ
ഗ്രാമീണരാശങ്കപ്പെട്ട കാലം
പരിഹാരമന്ത്രമായി നാഡീഞരമ്പുകൾ
ഗ്രാമത്തെ വാർത്തെടുത്ത കാലം
പഞ്ചായത്തീരാജ് എന്ന സുവർണകാലം

ഒരു പ്രത്യാശ കൈതിരി നാളമായി
ഈ മണ്ണിൽ നമുക്കു പുനർജനിക്കാം
ആശയോടെ ഏറെ പാശമോടെ
ഗ്രാമത്തിൻ മുത്തുകൾ കോർത്തെടുക്കാം
പെരുവയൽ ഗ്രാമത്തിൻ പെരുമ തീർക്കാം
കാലം സുവർണമാണെങ്കിലും
സവർണ അവർണ സങ്കൽപ്പങ്ങൾ
ഭാണ്ഡത്തിൽ ബാക്കിയായി സൂക്ഷിച്ച കാലം
ഭരണ ഗ്രന്ഥങ്ങൾ എഴുതി പിടിപ്പിച്ച
സാമൂഹിക നീതി അകലെ മാത്രം

വികേന്ദ്രിയ ഭരണത്തെ കേന്ദ്രിയമാകാൻ
വെമ്പൽ കൊള്ളുന്ന വർഗമെന്നും

ഉൾക്കാഴ്ചയില്ലാതെ ഉൾകാമ്പില്ലാതെ
വികസന പദ്ധതി പേരുമാത്രം
എത്തിപിടിക്കുവാൻ കഴിയുന്നതൊക്കെയും
ഇക്കാരണത്താൽ വൃഥാവിലായി
നേരം വെളുത്താൽ നേടേണ്ട കാര്യങ്ങൾ
സൂര്യൻ മറയുവാൻ കാത്തിരിക്കും
ഭരണവർഗ്ഗത്തിന്റെ നിദ്രയാൽ
മൂഢ സ്വർഗ്ഗത്തില്ലെലാം നഷ്ടമാകും
വികസനം വിരൽതുമ്പിലെന്നു ചൊല്ലുമ്പോൾ
ഏകീകരിക്കേണ്ട ഭരണയന്ത്രങ്ങൾ
ഏകപക്ഷീയ നിലപാടിലായി
ഏറ്റക്കുറച്ചിലുകൾ വന്നുപെട്ടു
പദ്ധതികളെല്ലാം ഏച്ചുകെട്ടി
രാഷ്ട്രീയ തിമിരത്തിൽ തീർത്ത
ക്ഷേമങ്ങളൊക്കെയും പാർശ്വവത്കരിക്കപ്പെട്ടതിന്ന്

ഇതിനൊരറുതിവരുത്തണം നാം
തീർക്കാം പുതിയ വികസനമാതൃക
കോർക്കാം കരങ്ങൾ കണിശമായി
കൊടിമല താഴ്വര കനവിൽ നിറയാം
പൊൻപറകുന്നിനെ കണികണ്ടുണരാം
വളർത്താം ദാനശീലം,നേത്രഗ്രാമം,അവയവഗ്രാമം
ഹൃദയം കൊടുക്കാം പിന്നെ
കണ്ണും കരളും പകുത്തു നൽകാം
ആ കണ്ണിനാൽ കാണട്ടെ പ്രപഞ്ചം മുഴുവനും
പെരുവയൽ ഗ്രാമത്തിൻ സ്നേഹവും കരുതലും

വേണം നമുക്കൊരു ഗ്രന്ഥാലയം
ഗതികെട്ടു പഠിക്കുന്ന കുട്ടികൾക്കായി
ലോകത്താകമാനമുള്ള അറിവു പകരണം

വായനശീലം ഉയരണം വാത്മി ആകണം
വാനോളമുയരണം തലമുറക്കായി

ആരോഗ്യരംഗമുണരണം ആർജവമുള്ള ജനതയാകണം
ഈ സഞ്ജിവനി മാതൃകയിൽ
മൃതസഞ്ജീവനി വളരണം
പാരമ്പര്യ യോഗക്കുമാത്രമായി
പൂർവികാരോടൊത്ത് പായവിരിക്കണം
നൃത്തമണ്ഡപം പണിയണം
സംഗീത സാന്ദ്രമാകണം ഗ്രാമം ആനന്ദനൃത്തമാടണം

പ്ലാസ്റ്റിക്കിൻ വേസ്റ്റുകൾ കൂട്ടിവെക്കാം
ഖരമാലിന്യം സംസ്കരിക്കാം
ഭക്ഷ്യമാലിന്യം നിക്ഷേപമാകാം
ബയോഗ്യാസ് പ്ലാന്റുതീർക്കാം
ജീവിത സൗഭാഗ്യ ദീപം കൊളുത്താം

വളരട്ടെ കാർഷികസംസ്കാരം
ഉണരട്ടെ വയലും പറമ്പുകളും
വിളയട്ടെ കാച്ചിലും,കൂർക്കിലും
കനിയട്ടെ കായും ഫലങ്ങളും

വെറുതെകിടന്നൊരാ ടെറസുകളൊക്കയും
ഷീറ്റിട്ട് മൂടിയമാളോരു നമ്മൾ
ചട്ടിയിൽ വളരട്ടെ ചീരയും വെണ്ടയും
ചിട്ടയാകട്ടെ ജീവിതം കനിയും
തരിശു ഭൂമിയിൽ കൂട്ടുകൃഷി പിന്നെ
ഉയരട്ടെ കൂൺഗ്രാമവും തേനീച്ചക്കൂടുകളും
പകരാം പുതു കാർഷിക സംസ്ക്കാരം തലമുറക്കായി
ഒരുക്കാം ചെറുതൊഴിൽ ശാലകൾ

പണിയാം കുടകൾ,ചെരുപ്പുകൾ,സോപ്പുകൾ
ജാറിൽ അച്ചാറു തീർക്കാം
ഉണ്ണിയപ്പമെണ്ണയിൽ തീർക്കാം
ഔലോസുണ്ടയുണ്ടാക്കാം
കപ്പയും കൈപ്പയും കൊണ്ടാട്ടമാക്കാം
കാന്താരിമുളക് മോരിൽ കുതിർക്കാം
ചക്ക വറുക്കാം
കായവറുത്ത് ഉപ്പേരിയാക്കാം
പത്തില നടാം, പഞ്ഞമാസം കടക്കാം
മൊത്തത്തിൽ സ്വയംപര്യാപ്തമാകാം
ആശങ്ക തീർക്കാം, ആത്മാഭിമാനമേകാം
ആർഷ ഭാരത സംസ്കാരത്തിൽ
ആത്മ നിർഭർ ഭാരതം പണിയാം

കലിയൻ വരുന്നുണ്ട്

കലിയൻ വരുന്നുണ്ട് കലിയൻ വരുന്നുണ്ട്
കാളയുണ്ടാക്കണമെന്ന് ചൊല്ലി
ഒത്തിരി പ്ലാവില നുള്ളിപ്പെറുക്കി ഞാൻ
അച്ഛന്റെ ചാരത്തിരുന്ന് ചൊല്ലി
കലിയൻ വരുന്നുണ്ട് കലിയൻ വരുന്നുണ്ട്
കാളയുണ്ടാക്കണമെന്നു ചൊല്ലി

അമ്മ അന്നഞ്ചാറ് മാമ്പഴമറുത്തപ്പോൾ
ഏറെയും തിന്നാൻ കൊള്ളാത്തതായി
അങ്ങാടിയിൽ കിട്ടുന്ന മാമ്പഴമൊക്കെയും
ഇങ്ങനെയാണെന്നമ്മ ചൊല്ലി
കൊതിപൂണ്ടു ചുണ്ടു വിതുമ്പിയ എന്നെ
മാറോട് ചേർത്തു കഥ പറഞ്ഞു
മാമ്പഴത്തിന്റെ കദനമാം കഥ പറഞ്ഞു

ഭ്രൂണത്തിൽ കീടനാശിനിയിൽ കുളിച്ചു
മൂക്കാതെ പിഴുതെടുത്തു... പിന്നെ
രാസപദാർത്ഥമിട്ടു പഴുപ്പിച്ചു
പഞ്ഞമില്ലാതെത്തുന്ന പഴങ്ങളൊക്കെയും
തിന്നാൻ കൊള്ളില്ലയെങ്കിലും
കണ്ണിന് കൗതുക കാഴ്ചയാണ്

ഉണ്ണിക്ക് ചേലൊത്ത മാമ്പഴം തിന്നുവാൻ
മുറ്റത്തെ ചേലൻ കുലച്ചിടേണം
അമ്മതൻ വാക്കുകൾ കേട്ടെന്റെ

കുഞ്ഞു മനം കുളിർത്തു
എന്നും നനച്ചു ഞാൻ ചിന്നനാം ചേലനെ
ചിന്നം...പിന്നം.. പൂക്കുലക്കായ്
മുറ്റത്തൊരറ്റത്തു നിന്നൊരാ ചേലനിൽ
കൺകുളിർക്കെ വിരിഞ്ഞു പൂക്കൾ
ചേലൊത്ത മലരുകളൊക്കെയും
നാളുകൾ നീങ്ങവേ ഉണ്ണികളായ്
ഏറെനാൾ കാക്കാതെ എന്നോട് പിണങ്ങിട്ട്
ഉണ്ണികളോരോന്നും യാത്രയായി
മുറ്റത്തു വീണ കണ്ണിമാങ്ങാ പെറുക്കീട്ടു
അമ്മതൻ ചേലത്തുമ്പിൽ വിതുമ്പി ഞാനും

അന്തിക്ക് മാറോടു ചേർന്നു വാവാ ഉറക്കത്തിൽ
വീണ്ടും മധുരമാ മാമ്പഴ കഥ പറഞ്ഞു
കായും കനികളും കൈനിറയെ കായ്ക്കുന്ന.
കാലമാം കലിയന്റെ കഥ പറഞ്ഞു
അന്നു കലണ്ടറിൽ കലിയൻ വരുന്ന നാൾ
കുഞ്ഞു കൈകളാൽ കോറിയിട്ടു
ഇന്നു കർക്കിടക കലിയൻ വരുന്നത്
ജന്മനാൾ പോലെ ഞാനറിഞ്ഞു

കലിയനു കൂടൊരുക്കുന്ന അച്ഛന്റെ കവിളത്തൊരുമ്മവെച്ചു
കൊച്ചു കളിപ്പാട്ടത്തിൽ കലിയന് കൂടുവാൻ
ഒരു കൊച്ചു വീടു ഞാൻ തീർത്തു വെച്ചു
വാഴക്കണ വേണ്ട ഈർക്കിൾവേണ്ട
പാള പാത്രം പാടെ വേണ്ട
പ്ലാവില കോരിക്ക് പകരമായിഞ്ഞാനെന്റെ
കൊച്ചു കളിപാത്രം കൊണ്ടുത്തരാം

കളിയല്ല കാര്യമാണുണ്ണികലിയന്
ഉണ്ണുവാൻ നാക്കില തന്നെ വേണം
പഴമക്കാരനാണ്, പാവമാണ്
പ്ലാസ്റ്റിക് അലർജിയാണെന്നച്ഛൻ പറഞ്ഞൊഴിഞ്ഞു

അന്തിക്കു മുമ്പായി കലിയനു നൽകുവാൻ
അഞ്ചാറു കാള തീർത്തു അച്ഛൻ
വാഴക്കണക്കൂട് കൂട്ടി, പ്ലാവില കോരി തീർത്തു
മുത്തശ്ശി വിളക്കുമായ് ഗമിച്ചു മുമ്പിൽ
മൺകലത്തിൽ ചോറുമായമ്മയുണ്ട്
നേർച്ചക്കായി ചക്ക പുഴുക്കുമുണ്ട്
അച്ഛന്റെ മുണ്ടിന്റെ തുമ്പു പിടിച്ചിട്ട്
ഒച്ചവെക്കാതെ ഞാനൊപ്പമുണ്ട്.
വടക്കേ പറമ്പിലെ വരിക്ക പ്ലാവിന്നരികെ
വാഴക്കണ കൂടുവെച്ചു
ചട്ടിയും ചൂട്ടും ചേർത്തുവച്ചു
പാളയിൽ ചക്കപ്പുഴുക്ക് വെച്ചു
നാക്കിലയിൽ ചോറ് ചേർത്തുവച്ചു
കുത്തിയ പ്ലാവില കോരിവെച്ചു
അച്ഛനും ഞാനുംതീർത്തതെല്ലാ
അങ്ങേലെ പ്ലാവിനുനൽകിയപ്പോൾ
മുറ്റത്തെ ചേലനെ നോക്കി ഞാൻ
അറിയാതെ കുഞ്ഞുമനം വിതുമ്പിപ്പോയി
ചിന്നനാം ചേലനെ ഓർത്തു ഞാൻ
വാവിട്ടുകരഞ്ഞു പോയി
സങ്കടം പെട്ടു ശാഠ്യം പിടിച്ചെന്നെ
മാതുലൻ വാരിയെടുത്തു മാറോടു ചേർത്തു
കണ്ണില്ല,കാതില്ല,കൊള്ളില്ല എങ്കിലും
കാളകൾ ഒന്നും കൊടുത്തില്ല ഞാൻ

മാതുലൻ മാറിൽനിന്നൂർന്നിറങ്ങീട്ട്
എന്നെ മാടിവിളിക്കുന്ന ചിന്നനാം ചേലന്റെ ചോട്ടിലെത്തി
കാളയെ വെച്ചിട്ട് കൂ.. കൂ..പറഞ്ഞിട്ടു
എന്റെ കുഞ്ഞി പിഞ്ഞാണമരികിൽ വെച്ചു
കുഞ്ഞു കയ്യാൽ കലിയനൊത്തിരി ചക്കപ്പുഴുക്ക് വെച്ചു
പച്ചില പ്ലാവില കോരിയില്ലെങ്കിലും
ചിന്നനാം ചേലന്റെ കൊമ്പുകൾ നിറയെ
ചിന്നം..പിന്നം.. പൂക്കൾ വേണം
ഉണ്ണികൾ വിളയാടണ കാഴ്ച വേണം
മതിവരുവോളം മധുരമാം മാമ്പഴം
കൊതി തീരുവോളം തിന്നിടേണം
കലിയൻ വരുന്നുണ്ട് കലിയൻ വരുന്നുണ്ട്
കാളയുണ്ടാക്കണമെന്ന് ചൊല്ലി
ഒത്തിരി പ്ലാവില നുള്ളിപ്പെറുക്കി ഞാൻ
അച്ഛന്റെ ചാരത്തിരുന്ന് ചൊല്ലി

കണ്ണനവൻ കള്ളനാണ്

ഒരു പുലർവേളയിൽ കണ്ടുതൊഴുതെങ്കിലും
തൃപ്തിയാവുന്നില്ലേ നിനക്ക്
സ്യമന്തകം കട്ടവനെന്നും,വെണ്ണ കവർന്നവനവൻ കണ്ണനെന്നും
പണ്ടു പരിഭവം പറഞ്ഞോരൊക്കെ
പലകുറി പ്രണയിച്ചു പരിഭവം തീർന്നെങ്കിലും
നിൻ പ്രണയമെന്നും ബാക്കിയാക്കി

കണ്ണനവൻ കള്ളനാണ്

കണ്ണനെക്കാണാൻ ഓടുന്നതെന്തേ സഖി..
അവൻ എന്നും നിനക്ക് പ്രിയനല്ലേ,
കണ്ണുതുറക്കുമ്പോൾ കാണുന്നോനല്ലേ നിന്നെ
സ്വപ്നത്തിന്റെ മാറിൽ ഉറക്കുന്നോനല്ലേ...,
എന്നും നിൻ തോഴനല്ലേ.., പ്രാണനല്ലേ..,
എങ്കിലും നിനക്കുണ്ടൊരു കള്ളനോട്ടം കൺമിഴിയിൽ
പരിഭവമൊട്ടുമില്ലാത്തൊരു കള്ളനോട്ടം
മഞ്ഞതുകിലുചുറ്റി
കള്ളചിരിചിരിച്ചവൻ പുല്ലാംങ്കുഴലൂതിയില്ലേ.
കണ്ണനവൻ കള്ളൻ തന്നെയാണ്
നിന്റെ ഹൃദയം കവർന്നോനാണ്
ഇന്നെന്തേ മൊഴിഞ്ഞവൻ
അന്തി പൂജയ്ക്ക് തൊഴുമ്പോൾ
പരിഭവം പറയാനാകില്ല നിനക്കൊരിക്കലും
അവൻ മുൻപിൽ നിൻ കണ്ണറിയാതെ നിറഞ്ഞു കാണും.
നിൻ ഹൃദയത്തിൽ ഇരുന്നു പിന്നെ എന്തു പറയാനവൻ

കറുത്തപൊന്ന്

ഞാൻ നിന്റെ കറുത്തപൊന്ന്
കറുപ്പ് വെറുപ്പിന്റെ പ്രതീകമെങ്കിലും
നീ എന്നെ പൊന്നാക്കി
നിലവറയിലാക്കി.

എന്നും പ്രഭാതത്തിൽ ഉമിക്കരിയോട്-
ചേർത്തെന്നെ ഒന്നുകൂടി കറുപ്പാക്കി
നിന്റെ ദന്തങ്ങൾ വെളുപ്പിച്ച കാലം.

ഞാറ്റുവേലയിലമ്മയുടെ പേറ്റുനോവിൽ
നീ ആർത്തിപൂണ്ടു ചിരിച്ചകാലം.
എന്നെ പൊന്നും വിലയ്ക്ക് വിൽക്കുന്നതെന്നും
സ്വപ്നം കണ്ട് കുബേരനായതല്ലേ

ഞാൻ തളിരായി, പൂവായ്,
പിന്നെ കുഞ്ഞി പൂച്ച വാലായി, കായായ്,
കുന്നിക്കുരുക്കൾ നിറഞ്ഞാശകലം
പൊന്നിൽ കുളിച്ചമേനി.
പിന്നെ പറിച്ചു കാൽക്കലിട്ടു
മെതിച്ചു പൊന്നെന്നു വിളിക്കാറുണ്ടെങ്കിലും.

ആർപ്പുവിളിയില്ല, കൂട്ടക്കരച്ചിലില്ല, രോദനം ഒട്ടുമില്ല
ശീതളഛായയിൽ വളർന്ന എന്നെ
ഓക്സിജൻ ഇല്ലാതെ കൈതോല പായയിൽ കിടത്തി
വെയിലത്തിരുന്നു വാടി കവിളൊട്ടിയെങ്കിലും
എൻ മേനിക്കെന്നും പൊന്നിൻ തിളക്കമാണ്.

അന്ന്, ഉണക്കിയും, അരച്ചും ഭരണിയിലാക്കി
നിലവറ വയറുനിറച്ചു.
നിന്റെ ആയുരാരോഗ്യസൗഖ്യത്തിനായ്
ആയുർവേദ ഗ്രന്ഥത്തിലെവിടയോ
ഒരു രാജസിംഹാസനമിട്ടിരുത്തി
സുവർണ്ണ കിരീടമണിയിച്ചു നീ.

പണ്ടെന്നോ പായ്ക്കപ്പൽ കേറിവന്നോരൊക്കെ
മണ്ടൻമാർ എന്നു നിനച്ച കാലം
കണ്ടു അവരെന്നെ പിന്നെ
മിണ്ടാതെ കൊണ്ടുപോവാൻ തുടങ്ങി.
കതിരോനസ്തമിക്കാത്തിടത്തെത്തി ഞാനും.
നിർദ്ദോഷിയാം എന്റെ ലതയെ
തക്കത്തിൽ പാത്തറുത്തു വെച്ചു.
കടലുകടത്താൻ കപ്പൽ നങ്കൂരമിട്ട
നേരത്താരോ പറഞ്ഞു.
മൈനറാണ്, കൈവശ സർട്ടിഫിക്കറ്റില്ല
ഉടമസ്ഥാവകാശമൊട്ടുമില്ല.
രാജനീതിയില്ല
രാജാവരുളണം, എന്നെ കൊണ്ടുപോകാൻ.
സാമൂതിരികോയ്മയുടെ കാതിലുമെത്തി
പറങ്കികളുമൊത്തുള്ള എന്റെയാത്ര

'തള്ളയെ കൊണ്ടുപോയിട്ടെന്തുകാര്യം
അവൾ വെറും വള്ളിയല്ലേ
ഞാറ്റുവേല എന്റെ പക്കലല്ലേ'
എന്നരുളി മഹാരാജൻ
എന്റമ്മയെ കപ്പൽ കയറ്റിവിട്ടു

മണ്ണും വിണ്ണും

കണ്ണും കരളുമായെന്നുമുണ്ട്
നിന്റെമ്മ കണ്ണും കരളുമായെന്നുമുണ്ട്
കുഞ്ഞായിരുന്നപ്പോ കാണിച്ചതൊക്കെയും
കണ്ണൻചിരട്ട കുസൃതിയായി
വെറും മണ്ണായെന്നുമെനിക്ക് തോന്നി.

മണ്ണും മലകളും കോരി കളിച്ചു-നീ
തണ്ണിയാം മുലപ്പാലു വറ്റിയല്ലോ
തേജോമയമായ ഭാസുര ചിന്തയാൽ
വീണ്ണും സമുദ്രവും സഹനമറ്റു
ആകാശ ബാണമായ് വിണ്ണിലേക്കെറിയുന്ന
അഗ്നിശിഖം നിത്യകാഴ്ചയായി
കുഞ്ഞു കാലാൽ മാറിൽ ഒതയ്ക്കുന്ന പോലെ തോന്നി
നീയെൻ ഗർഭത്തിലെന്നു തോന്നി.

ഞാറ്റുവേലയിൽ മഴയില്ല മനം കുളിരില്ല
മാനത്തെ മഴവില്ലു നൊമ്പര കാഴ്ചയായി
എന്റെ നെഞ്ചിലെ പാലാഴിയിൽ
രാസകീടനാശിനി രസായന കൂട്ടൊഴുക്കി
അമൃത കുംഭങ്ങളൊക്കെയും വിഷ ചാലു തീർത്തു.
അമ്മിഞ്ഞയൂട്ടുവാൻ ഭയമാണെനിക്കിന്ന്
ജലാശയങ്ങളാം നീരുറവ വറ്റിയല്ലോ

എന്നിട്ടും
നീയെന്റെ മാറിൽ ചേർന്നുറങ്ങുന്ന നേരത്ത്

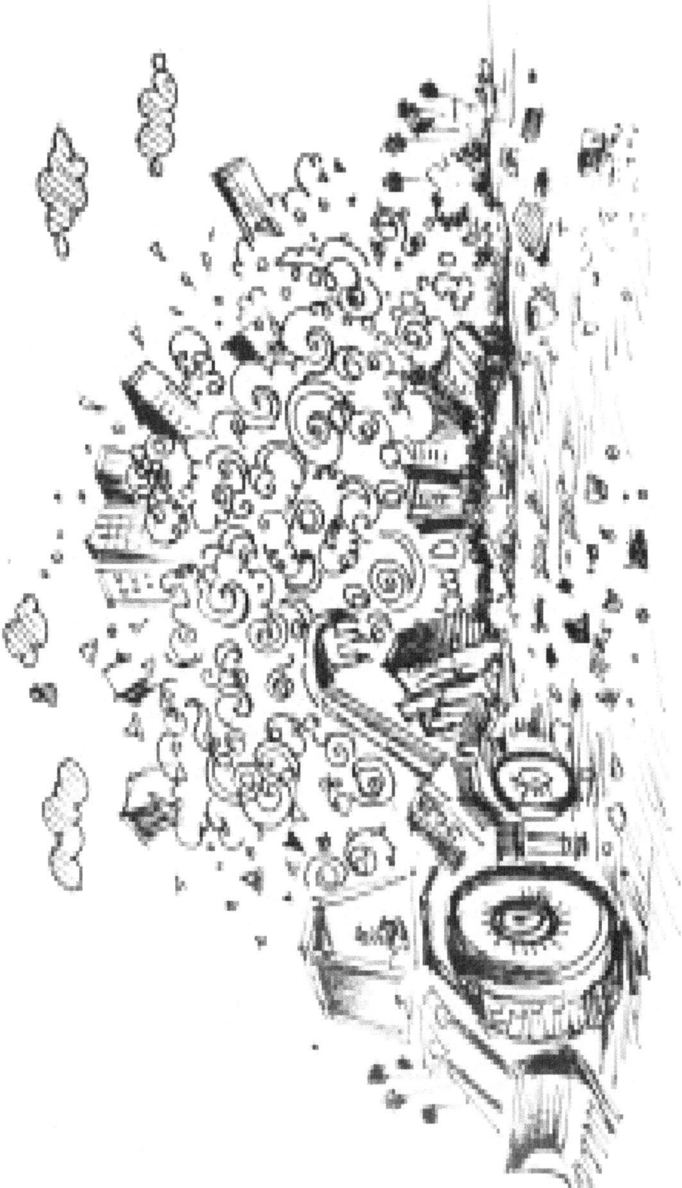

കൊങ്കത്തടങ്ങളിൽ ബാക്കിയായതൊക്കെയുമൂറ്റികുടിച്ചിട്ട്
മേഘത്തിൽ തീർത്ത കൃത്രിമ മഴ
ചുടു കണ്ണീരായ് മാറത്തു പെയ്തടങ്ങി
എന്റെ സ്തനങ്ങളിൽ നിണ പുഴയൊഴുകി

നീ കൊച്ചു പൈതലായി വിരിമാറിൽ
വിളയാടിയപ്പോഴെപ്പോഴോ
നൊന്തു ഞാനറിയാതെ ശകാരിച്ചു പോയ്
പ്ലേഗായ്,സ്പാനിഷ് ഫ്ളൂവായ്, പിന്നെ പ്രളയമായി.

കാറ്റായ് വന്ന താരാട്ടുപാട്ടൊക്കെയും
ശകാരമായി.. വിലാപ കാവ്യമായി...
ഓഖിയായ്, കത്രീന, വിൽമ നിസ്സർഗ്ഗ*യായി....

മരടിൻ** മടിത്തട്ടിൽ
രമ്യഹർമ്മ്യങ്ങൾ
മനക്കോട്ടയായിവീണുടഞ്ഞു
ദത്തുപുത്രനാം കൊറോണയുടെ ചടുല ഭാവങ്ങൾ
വികൃതിയായി വിചിത്ര വിലാപമായി
എങ്കിലും കുഞ്ഞല്ലേ എന്നോർത്തു
സങ്കടപ്പെട്ടതേയില്ലഞാനൊട്ടും
തന്നോളം വളർന്ന പെറ്റ പിള്ളയെതിരുത്തുവാൻ
മഹാമാരി, പേമാരി, പ്രളയങ്ങളൊക്കെയും
ബോധി വൃക്ഷത്തിൻ
ശിഖിര കഷായമായി

പ്രകൃതിക്കിണങ്ങുന്ന പലതും സൃഷ്ടിച്ചു നീ
ഉപഹാരമായ് വരുന്ന കാഴ്ചവേണം
അമ്മയ്ക്ക് സമ്മാനമായി വന്നിടേണം...

ഉണ്ണി.. നീ..വരുന്ന
കാഴ്ച്ച കാണാൻ
ഈറൻ കണ്ണുമായ് കാത്തിരിക്കും
കണ്ണിലെണ്ണ.. ഒഴിച്ചു കാത്തിരിക്കും
നിന്റെമ്മ കണ്ണും കരളുമായ് കാത്തിരിക്കും

---

* ഓഖി, കത്രീന, വിൽമ, നിസ്സർഗ്ഗ..... ലോകത്ത് നാശംവിതച്ച കൊടുങ്കാറ്റുകൾ

** കായൽ കയ്യേറി നിർമ്മിച്ച്, ഭൂമിക്കു ഭാരമായ പരിസ്ഥിതി ആഘാതത്തിന്റെ പേരിൽ കോടതി നിർദ്ദേശപ്രകാരം ബോംബ് വെച്ച് തകർത്ത കൊച്ചിയിലെ മരട് ഫ്ളാറ്റ് സമുച്ചയം.

മതിലുകൾ തീർത്ത വിടവുകൾ

എന്റെ മൂർധാവിൽ പെയ്ത ചാറ്റൽ മഴ
നീരുറവയായി തോന്നിയില്ല
അരയിൽ തോർത്തില്ല നിതംബം മറഞ്ഞില്ല
അരമണി കുലുങ്ങിച്ചിരിച്ചതില്ല
അരമതിൽ കുളിമുറി ജനലഴിക്കപ്പുറം
അറിയാം വിദൂര കാഴ്ചയില്ല

പണ്ടാ കർക്കിടകത്തിൽ കുഞ്ഞു അരമണീ
കുളത്തിൽ കള്ളച്ചിരി ചിരിച്ചു
പെണ്ണുങ്ങൾ തിരുതാളി കല്ലിലലക്കുമ്പോൾ
മല്ലിൻ മുണ്ട് നനഞ്ഞങ്ങപ്പുറം ചന്ദനചോപ്പുള്ള
കഞ്ഞി പശയുള്ള പൂമേനി

കുമ്മായ കുറി തേച്ച ചെമ്മൺ മതിലുള്ള
ഒച്ചവെച്ചാലയലത്തോർ ഓടിവരുന്ന കാലം
ഒറ്റ മുറിയിലിന്ന് ആത്തോൽ കടവില്ല, പടവില്ല,
ചാട്ടുകല്ലില്ല, നെല്ലിപലകയില്ല
എന്നും ഭാസുര ചിന്ത മാത്രം
ശുചിമുറിയിലെ വെള്ളിവെളിച്ചത്തിൽ
കണ്ണാടിയിൽ കാണാം എന്റെ നഗ്നമാം മാറുമാത്രം
മങ്ങിയ കാഴ്ചകൾ ഓർത്തെന്റെ കണ്ണുകൾ
ഉള്ളിൽ തെളിഞ്ഞിടുമ്പോൾ
ഇല്ലിക്കണകളാൽ തീർത്തവേലികളിൽ പൊള്ളത്തരമൊട്ടുമില്ല
ഊടുവഴിയില്ല തൊടുവരമ്പില്ല ഊരെല്ലാം
ഉയരത്തിൽ മതിലു മാത്രം

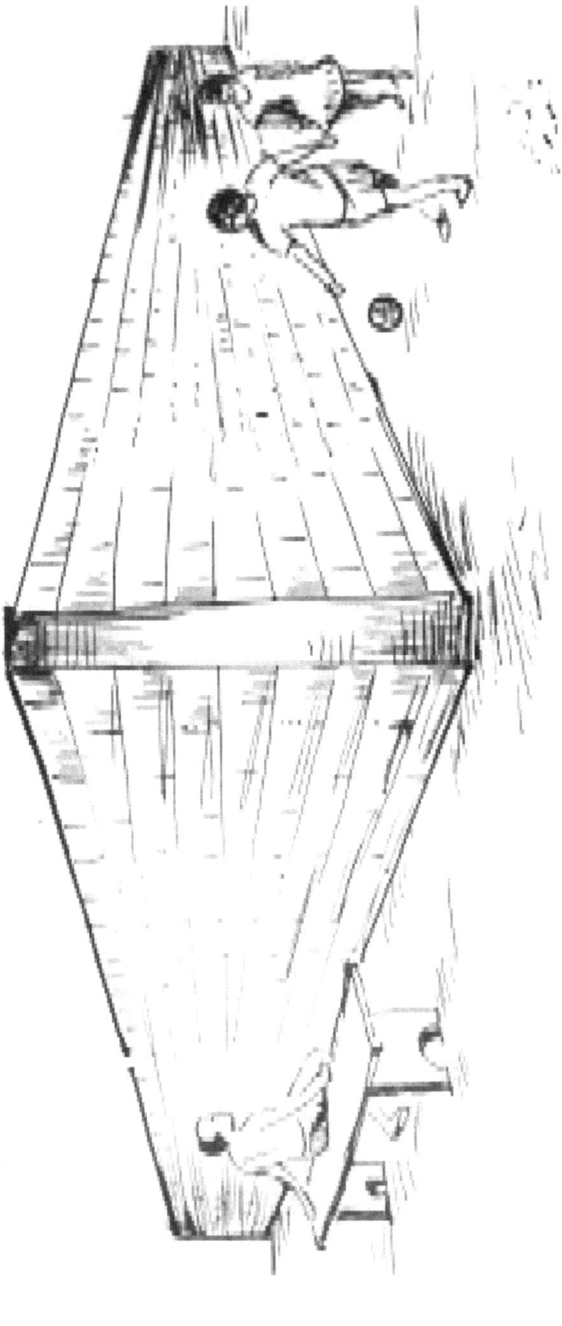

അതിരാണിപൂവുള്ള അതിരുകളൊക്കെയും
അപ്പുറം കാണാത്ത മതിലുകളായി
കായൽച്ചെടിയില്ല കാരസ്കരമില്ല
അതിരുകളിൽ നാടെങ്ങും
നിനക്കാതെ വളരണ മതില് മാത്രം
അയൽപക്കം അറിയാത്ത
അന്യോന്യം കാണാത്ത
അസൂയയിൽ തീർത്ത മതില് മാത്രം
കുത്തുകല്ലിൻകെട്ടിൻ മുകളിലെ മുക്കുറ്റി
എന്നോ പിഴുതു മാറ്റി മകൻ വെൺ മതിലു തീർത്തു
കുന്നും കുളങ്ങളും വയലും തൊടികളും
കണ്ണെത്താക്കാഴ്ച നഷ്ടമായി
കണ്ണുകെട്ടിയ മതിലുയർത്തിട്ട്
വിണ്ണിലേക്ക് നോക്കിട്ടിരിപ്പാണിവർ
ബന്ധുക്കളെന്ന് സ്വന്തം നിനച്ചിട്ട്
അഞ്ചാറാൾ പൊക്കത്തിൽ മതിലുകെട്ടി
കണ്ടാലറിയാത്തോരായ അയൽപക്കക്കാർ
കൊണ്ടും കൊടുത്തതേയില്ല ഒട്ടും
അപ്പുറത്തെന്തു നടന്നാലും ഇപ്പുറത്തുള്ളോർ അറിയാതെയായി
രക്തസമ്മർദ്ദം ഒന്നു താണാൽ
രക്ഷിക്കാനാളില്ലാതെ പോയി
രക്ഷകരായി നിനച്ച മതിലുകളൊക്കെയും
ശിക്ഷകരായി മാറിയ കാലം
മതിലുകൾ തീർത്ത വിടവുകൾ മാറ്റാൻ
നിനവുകൾ ഒത്തിരി ബാക്കി വേണം

“പട്ടാപ്പകൽ പുള്ളിവെരുക് അങ്ങാടിയിൽ‘ എന്ന വാർത്തയാണ് പുള്ളിവെരുകിലേക്ക് കവിഭാവനയെ എത്തിക്കുന്നത്. കൊറോണ മഹാമാരിയിൽ അടഞ്ഞ് കിടക്കുന്ന കോഴിക്കോട് ജില്ലയിലെ വിജനമായ മേപ്പയൂർ അങ്ങാടിയിലൂടെ കേരളീയരുടെ ദിനചര്യകളിലേക്ക് എത്തി നോക്കിയ, വംശനാശ ഭീഷണി നേരിടുന്ന ഉരഗ ജീവിയായ പുള്ളിവെരുക്, കാലകാലങ്ങളായി മനുഷ്യൻ പ്രകൃതിയോട് ചെയ്തുപോന്ന അസ ഹിഷ്ണുതയെ ഓർത്തെടുക്കുന്ന കാഴ്ചയിലെ ചിത്രങ്ങളും ചിന്തയിലെ വിചാരങ്ങളുമാണ് ഈ കവിതയിൽ പ്രതിപാദിക്കുന്നത്.

പുള്ളിവെരുക്

എന്നെ മേപ്പയൂരിൽ കണ്ടുവത്രേ
പത്രമാധ്യമങ്ങൾ വാർത്തയാക്കി
ദൃശ്യമാധ്യമങ്ങൾ ചർച്ചയാക്കി
സോഷ്യൽ മീഡിയ വൈറലാക്കി

ആംഗലേയത്തിൽ ഞാൻ സ്മാൾ ഇന്ത്യൻ സിവെറ്റ്
നാട്ടിൻപുറത്തു മെരുവാണ് ഞാൻ
വനത്തിലും വിരളമായി ഗ്രാമത്തിലും
ഇക്കാലമത്രയും ജീവിച്ചു പോന്നു
മനുഷ്യന്റെ നിഴൽപോലും ഭയക്കുന്ന എന്നെ
രാത്രി ഇരതേടി ഇറങ്ങുന്നതിൽ പിന്നെ
പകൽവെളിച്ചത്തിൽ കണ്ടതാണ് അദ്ഭുതം

രാജ്യം പൂർണമായും അടച്ചകാലം
ഈച്ച പോലും പറക്കാൻ മടിക്കുന്ന കാലം
കാക്ക വാഴകണമേൽ ഇരിക്കാത്ത കാലം
പൂച്ച മീനില്ലാതെ ഉണ്ണുന്ന നേരം
നാക്കടക്കാത്തോരൊക്കെ നടുങ്ങിയ നേരം
ഞെട്ടി ഞങ്ങളാ മൃഗങ്ങളൊക്കെയും
എത്തി നോക്കി കാര്യം തിരക്കുവാൻ

ആധുനിക സാങ്കേതിക വിദ്യയാൽ
താറിട്ടു നിർമ്മിച്ച നിരത്ത് ശൂന്യം
ചവറുകൾ,ചതുപ്പുനിലങ്ങൾ
മൃദുലമാക്കിയ എന്റെ പാദങ്ങൾ
ഏറെ വിരക്തിയോടെ ഞാൻ നടന്നു

ഊടുവഴികളിലാളില്ല എങ്കിലും
വീടുകളിലൊക്കെതീ പുകയുന്നുണ്ട്
പടിപ്പുര വാതിലിൽ പതിച്ച സ്റ്റിക്കറുണ്ട്
കറുത്ത അക്ഷരത്തിൽ കൊറോണയെന്നുണ്ട്
നിഴലു കണക്കെ നിരീക്ഷകരുണ്ട്
ഉമ്മറപ്പടി അടഞ്ഞുകിടപ്പുണ്ട്
വെള്ളവും സോപ്പും കോലായിലുണ്ട്
ബെല്ലിൽ കൈ വെക്കുവാൻ ഏറെ ഭയമുണ്ട്

വണ്ടികൾ ചീറിപാഞ്ഞ നിരത്തിൽ
നിയമപാലകരുണ്ട് നിരോധനാജ്ഞയുണ്ട്
കടകമ്പോളങ്ങൾ അടഞ്ഞു കിടപ്പുണ്ട്
കെടാവിളക്കുകൾ കണ്ണടച്ചിട്ടുണ്ട്
തലയിൽ വെളിച്ചവും ശബ്ദവുമായി പാഞ്ഞ്
ശുഭ്ര വാഹനങ്ങൾ തളർന്നു പോയിട്ടുണ്ട്

അനോന്യമാരും അറിയുന്നില്ലതൊന്നും
അനോന്യമാരും കാണുന്നില്ലതൊന്നും
അമ്പലങ്ങളിൽ ശംഖനാദമില്ല
കുമ്പിടാനാളില്ല വേദമന്ത്രമില്ല
യന്ത്രം കണക്കേ പൂജാരി മാത്രമായി
പള്ളികൾ പൊള്ളത്തരം ഏറ്റുപറയുന്ന
കുമ്പസാരമില്ല കുർബാനയില്ല
അന്ത്യകൂദാശക്കു പോകുവാനാളില്ല
അന്ത്യചുംബനം നൽകുവാൻ പാടില്ല
എങ്ങോ ഉയരുന്ന ബാങ്കുവിളിയിൽ
രോദനത്തിന്റെ രേണുവുണ്ട്
ഹാജിമാരില്ലാതെ നിസ്ക്കാരപായകൾ
ആരെയോ നോക്കി മലർന്നു കിടപ്പുണ്ട്

നിസ്കരിക്കാൻ ആളില്ലാത്ത മസ്ജിദിനുള്ളിൽ
ഖത്തീബ് നിഴലായി കുത്തിയിരിപ്പുണ്ട്

ഓരോ നാടിനും മരണ സ്കോർബോർഡുണ്ട്
കാണുവാൻ ആളില്ലായെങ്കിലും
ടീവിയിൽ ലൈവ് വരുന്നുണ്ട്
തേർതൽഫലം വരുന്ന പോലുള്ള
തോന്നലിൽ സ്കോറുകൾ മാറിമറയുന്നു
നര ബാധിച്ചവർക്കാധിയേറുന്നു
നിറം മങ്ങിയ ഓർമ്മകൾ ബാക്കിയാവുന്നു

പ്രപഞ്ചം പടച്ചവൻ ഈശ്വരനെങ്കിൽ
പ്രബന്ധം രചിക്കുക തന്നെ ചെയ്യും
ഞങ്ങൾക്ക് ഇരവൻ തന്നൊരാ കാനനം
എന്നോ നശിച്ചുപോയ് മണ്ണുംബാക്കിയായി
നീ ചെയ്ത പാപങ്ങളൊക്കെയും
നിന്നെ തേടി വരിയായി വരികയായി
നീയൊരു സസ്യഭോജിയെങ്കിലും
നീ അണിഞ്ഞതു കാട്ടാളവേഷമത്രയും
കൊന്നൊടുക്കി,മൃഗങ്ങൾ,പക്ഷികൾ
തിന്നൊടുക്കി ആടിനെ,മാടിനെ
നിനക്കെന്നും ബലിയാടിനായി
വാർത്തെടുത്തുവളർത്തുമൃഗങ്ങളെ
കാട്ടിൽ വിഹരിച്ചു നടന്ന ഞങ്ങളെ
ചൊൽപ്പടിക്കാക്കി വളർത്തിവലുതാക്കി നീ
കൊറോണയാം മഹാമാരി അദ്ഭുതം
കാട്ടുനീതി നടപ്പാക്കി നിന്നിലും

വീട്ടുതടങ്കലിൽ ആയതിൽ പിന്നെ
നാട്ടിൽ ആളില്ല നിഴലില്ല

നിന്റെ നിഴൽ പോലും ഇല്ലാത്തിടത്തൽപ്പം ശയിക്കണം
അർത്ഥശങ്ക മാറ്റണം

ഞങ്ങൾ മൃഗങ്ങൾ യോഗം ചേരുന്നുണ്ട്
നിനക്കെതിരെ പ്രമേയം വരുന്നുണ്ട്
നായ ഒഴിച്ചെല്ലാരും ഒപ്പുവെയ്ക്കുമെന്നുറപ്പുണ്ട്
ഞങ്ങളിൽ ഒരുത്തനെ പാട്ടിലാക്കി അടിമയാക്കി വാലാക്കി
നിന്റെ തോഴനായ കാലം
കലികാലം ആണെന്നതോർക്കുക മർത്യാ നീ

എല്ലാം നിന്റേതാണെന്ന തോന്നൽ
എല്ലാം നിന്റെ കീഴിൽ ആണെന്ന തോന്നൽ
എല്ലാത്തിനും ഉത്തരം നീയാണെന്ന തോന്നൽ
എല്ലാത്തിനും മുകളിൽ ആണെന്ന തോന്നൽ
അഹന്ത തെല്ലു മാറ്റുവാൻ നേരമായി
അഹന്ത ഒടുങ്ങാത്ത കാലമത്രയും
മഹാമാരി,പേമാരി, പ്രളയങ്ങൾ നിശ്ചയം
അർഹതയില്ലാത്തതെല്ലാം ത്യജിച്ചു നീ
മണ്ണിൽ വാഴുക നല്ല മനുഷ്യനായ്
ഞാൻ മെരുവാണ് നിന്റെ അധിനിവേശത്താൽ
വംശനാശ ഭീഷണി നേരിടുന്ന മൃഗമാണ്

സന്ധ്യ

മായും സൂര്യന്റെ നിണപ്രസരണി
മണ്ണിലെ തണ്ണിയിൽ പുണരുമ്പോൾ
ചൂളും കതിരൊളിക്കാറ്റും
ചായം ചിന്തും തൃസന്ധ്യയും
താലം കയ്യിലേന്തി പകലിന്റെ വിടവാങ്ങലും.
നാലമ്പലത്തിലുയരും നാദസ്വരവും
പങ്കജം വിരിയിക്കുമാ ശംഖൊലിനാദവും
കള കള മുതിരുമാമാലിലകൂമ്പും
കളത്ര സൗഭാഗ്യം വിരിയിക്കും നിന്റെ അഴകും
അഴകിനഞ്ജനം ചാർത്തുന്ന സന്ധ്യാ
നക്ഷത്ര ദീപമേ
വന്ദനം വന്ദനം നിനക്കു വന്ദനം
തുളസിത്തറയിലൊരു തിരിനാളമെരിയുന്നു
തിരിവിളക്കും, വാർമുടിയിൽ കുങ്കുമവും ചാർത്തി
വാനിലൊളി പകരുന്ന
സന്ധ്യാനക്ഷത്രദീപമേ
വന്ദനം വന്ദനം നിനക്കു വന്ദനം
അന്തിമേഘത്തിൽ ചെഞ്ചോര പടരുന്നു
ആർത്തനാദത്തോടെ കടലുകളിരമ്പുന്നു.
ആലിലക്കിടയിലൊരു അമ്പിളി തെളിയുന്നു
ആകാശക്കോട്ടയിൽ നക്ഷത്രം മിന്നുന്നു.
അന്തിമേഘത്തെ ഉന്തി മാറ്റി
വാനിലൊളി തൂകിക്കൊണ്ട്
വാണരുളുന്ന സന്ധ്യാ നക്ഷത്രദീപമേ
വന്ദനം വന്ദനം നിനക്കു വന്ദനം

സഞ്ചി

അന്നും നിനക്കത് ശീലമാണ്
വിണ്ണും കവരുന്ന സ്നേഹമാണ്
എന്നെയും കൂട്ടി ചന്തക്കുപോണത്
എന്നും പതിവ് കാഴ്ചയാണ്

നിന്റെ വാത്സല്യത്താൽ എന്റെ പള്ള നിറയെ
വാങ്ങിച്ചു തന്നതൊക്കെയും വിഴുങ്ങി
നിന്റെ വലതു കൈയിൽ തൂങ്ങി നടന്ന കാലം
എന്നും ചന്തക്ക് പോയ കാലം

നമ്മുടെ കൈകൾക്ക് ഭാരം പേറാൻ കെൽപ്പുണ്ടെങ്കിലും
എന്നെയും ചുമലിലേറ്റി നീ നടന്ന കാലം
ഞാനെന്നും സസ്യഭോജിയായിരുന്നെങ്കിലും
എന്നെ മിത്രമാക്കി തേക്കിലയിലെ മീനിന്നെ
എന്നും തൊടീക്കാതെ ഇടതു കൈയ്യിൽ വാങ്ങി ചേർത്ത കാലം.

അന്നു ഉമ്മറത്തെത്തുമ്പോൾ
മുറ്റം പട്ട കൊണ്ട് തൂത്തിരുന്നു
പച്ച ഓല ഈർക്കിലാക്കി വീട് വൃത്തിയാക്കിയിരുന്നു
എന്നെ ഉമ്മറപ്പടിയിലിരുത്തി
കൈകാലുകൾ ശുദ്ധമാക്കിയിരുന്നു

പിന്നെ കയ്യിലുള്ളതെല്ലാം പിടുങ്ങീട്ട്
അട്ടത്ത് കൊണ്ടുപോയി തിരുകിയിരുന്നു.
മൺകലത്തിലെ മോരും പേറി
കൂട്ടിനപ്പുറത്തുറിയുണ്ടായിരുന്നു

പുറത്തു കൊണ്ടോകാത്തതിനെന്നും
ഉറിക്കെന്നോട് അസൂയ ആയിരുന്നു,
നിന്നോടരിശമായിരുന്നു.
അവനും എന്നേക്കാളും ഭാരം താങ്ങാൻ
കെല്പുള്ളോന്നെന്ന് അഹന്തയായിരുന്നു.

ഒരുനാൾ ഞാൻ വരുമ്പോഴെപ്പോഴോ
ഉറി കലമുടച്ചിരുന്നു
പൂച്ചയാണെന്ന് പാക്കുന്നോരൊക്കെ ധരിച്ചിരുന്നു
ഉറിയുടെ പണിയാണെന്നെനിക്കറിയാമെങ്കിലും
പൂച്ചയാ പാപം പേറിയിരുന്നു
ഇന്ന്
ഈച്ച പോലും ചൊല്ലുന്നു പൂച്ചയാണ് കലമുടച്ചതെന്ന്.
ഉറിയുടെ ഈ വികൃതി ആരു കണ്ടു

ഇന്നു ഞാൻ പൊടി പിടിച്ചു കിടപ്പാണ്
പൊടി എനിക്ക് അലർജിയാണെങ്കിലും
പടികടന്നു പുറത്തുപോകാറില്ല ഞാൻ

നീ വരുമ്പോഴൊക്കെ കൂട്ടിനൊരുത്തനെയും കൂട്ടി വരും
എന്നെപ്പോലെയല്ല അവൻ,
നിന്റെ കയ്യിൽ തൂങ്ങി അവന്റെ കക്ഷം കീറി കാണും
നിത്യവും ഇങ്ങനെ വരുന്നോരോരുത്തരും
വൃത്തികേടാക്കി കുടിലും പരിസരവും

എന്നെപ്പോലെ നിന്റെ വിയർപ്പ് ഭാണ്ഡം
പേറാനാകില്ല അവർക്കൊന്നും
അവൻ വെറും പ്രകൃതി ദോഷിയാം
പ്ലാസ്റ്റിക് അല്ലോ......

തോടിന്റെ രോദനം

പണ്ടിവിടെങ്ങാണ്ടൊരു തോടുണ്ടേ
തോടുനിറയെ മീനുണ്ടേ
നീരൊഴുകും തോടിൻ അരികായ്
കൈതോല കാടുണ്ടേ
കൈതോല കാട്ടിൻമറവിൽ
പെണ്ണുങ്ങൾ നീരാടിരുന്നേ

തെളിനീരിൽ തുള്ളിച്ചാടി
മതിതീരാ കാലണ്ടാർന്നേ
തോടന്നു പുഴയിൽ ചേർന്ന്
ആനന്ദനൃത്തമാടി
കലിതുള്ളി പാഞ്ഞിരുന്നേ

ഇവിടിന്നൊരു തോടുണ്ടേ
മാലിന്യം പേറുന്നുണ്ടേ
നീരൊഴുകും തോട്ടിലിപ്പോൾ
കണ്ണുനീർ ചാലുകളാണെ.....

ആറിന്റെ മാറത്തിപ്പോൾ
പ്ലാസ്റ്റിക്കിൻ കൂമ്പാരം
നെഞ്ചങ്ങനെ പുകയുന്നുണ്ടേ
വഞ്ചകകൂട്ടരുണ്ടേ
ആറങ്ങനെ മാറാപ്പേറി
ഗതിമാറിയ പുഴയാണെ
കണ്ണീരിൻ ചാലൊഴുകും
കരളുരുകും കാഴ്ചകളാണേ

പാലത്തിനപ്പുറം വയലോരത്തുള്ളൊരു
ഫ്ളാറ്റിൻ സമുച്ചയത്തിൽ..........
കിളിവാതിൽ കൂടി തുറക്കണ്ണു പായിച്ച്
പകലൊക്കെ പാർക്കുന്നു ക്രൂരർ ......

പാലത്തിൻ മുകളിൽ ആരോ
മാറാപ്പായി നില്പുണ്ടേ
പുഴമാറിൽ കുത്തിയിറക്കാൻ
തക്കം പാർക്കുന്നുണ്ടേ
കൊടിയൊരു വഞ്ചനയാണെ
കൊലകയർ നീളുകയാണെ
കാലം കലിതുള്ളി
കലി കാലമാവുകയാണെ

തെങ്ങോലകളാടും മഴവില്ലിൻ മാനത്ത്
കൈതോല കാടിളകും മൂളിപ്പാട്ടിനീണത്തിൽ

ഭൂമിദേവിക്ക് മാനം കാക്കാനായ്
പീലിക്കുടയൊന്നു ചൂടാലോ

പൊന്നുണ്ണി, പൊൻമകളെ തിന്മകളെല്ലാം മാറ്റാലോ
കേൾക്കുന്ന രോദനം സംഗീതമാകട്ടെ
കാതുകളൊക്കെ തുറക്കാലോ

കണ്ണീർചാലുകൾ കനിവായ് മാറുവാൻ
മിഴിനീർ പൂവുകൾ ചാർത്താലോ

വാർദ്ധക്യത്തിലെ നൊമ്പരങ്ങൾ

അമ്മയ്ക്ക് കാൽമുട്ട് നോവുണ്ട്
എന്നും സായാഹ്നത്തിൽ വന്നു ചൊല്ലും
പതിവു പല്ലവി ഡോക്ടറെ കാണണം പ്രഷറൊന്നളക്കണം
രക്തസമ്മർദ്ദമറിയുവാനുള്ള വള്ളികൾ
നിത്യവും കയ്യിൽ ചുറ്റി പിടിച്ചാലേ തൃപ്തിയുള്ളൂ
ആഴ്ചയിലൊരിക്കൽ അക്കയെ കാണണം
അച്ചാറു വേണം ഔലോസുണ്ട വേണം
ചക്കയും കപ്പയും ഞാൻ ചുമക്കണം
ഏത്തക്കുല മുറതെറ്റാതെ കൊണ്ടോണം
ആറക്ക ശമ്പളമുണ്ടെങ്കിലും മൂത്തമകൾ
ശൂന്യയാണെന്ന് സാരം
എണ്ണ ആട്ടിയാൽ എടുത്തു മാറ്റി വയ്ക്കും
കണ്ണിമാങ്ങ പെങ്ങൾക്കായ് കരുതിവയ്ക്കും
മൂത്ത പെങ്ങൾ മൂന്നാഴ്ച കൂടുമ്പോൾ ഓറഞ്ചുമായി വരും
മൂന്നു നേരത്തെ ഊണ് മറന്നിട്ടു
ഓറഞ്ചമൃതായി അമ്മയ്ക്ക് തോന്നും
ഏട്ടൻ എന്നേലും വരുമ്പോൾ
പത്തമ്പത് കയ്യിൽ കൊടുത്താൽ
അമ്പതായിരത്തിന്റെ മേനി കാണിച്ച്
നാടെമ്പാടും പാടി നടക്കും
കുഞ്ഞുപെങ്ങൾക്ക് കൊടുക്കുവാൻ
കുത്തരി മഞ്ചയിൽ നിറച്ചു വെയ്ക്കും
കടുമാങ്ങ ഭരണിയിൽ കരുതി വയ്ക്കും
മുറ്റത്തെ ചേലൊത്ത മാമ്പഴം

തക്കത്തിൽ പറിച്ച് ഒളിച്ചു വയ്ക്കും
എങ്കിലും ഞാനെന്റെ കടമകൾ
ഒട്ടും കൈവിടാതെ ചെയ്തുപോന്നു.

തൊട്ടുകൂടായ്മയിൽ വൃത്തിയും ശുദ്ധിയും
ഒട്ടുമില്ലെന്നു പറഞ്ഞിട്ടു വിട്ടുനിൽക്കാത്തതിന്
കുട്ടികളോട് കലഹിച്ചും.
മരുമക്കൾ വരുമ്പോഴൊന്നുമില്ലാത്തവൻ ഞാൻ
വല്ലതും കൊടുക്കണമെന്നമ്മക്ക് നിർബന്ധമുണ്ട്
ഇങ്ങനെയൊക്കെ ആണെങ്കിലും അമ്മ
നല്ലത് വല്ലതും ഉണ്ടാക്കിയാൽ
ആദ്യം എനിക്കായി മാറ്റിവെക്കും
എണ്ണതലയിൽ തേച്ചു വയ്ക്കും
കുളി കഴിഞ്ഞെത്തുമ്പോൾ
ശകാരിച്ചെന്നും തുമ്മൽ വരാതിരിക്കാൻ
രാസ്നാദിപ്പൊടി തലയിൽ തിരുമ്മിതരും
അനിയൻ വരാറുള്ളപ്പോഴെപ്പോഴും
ആളാക്കിയതിന്റെ കഥ പറയും
പിന്നെ വഴക്കും വക്കാണമാകും, കരയും
മക്കളുടെ അടുത്തേക്കെന്ന് ചൊല്ലി
പെട്ടിയുമെടുത്ത് പിണങ്ങിപ്പോകും
അച്ഛനുറങ്ങുന്ന മണ്ണെന്ന് വിതുമ്പി
ഒട്ടും വൈകാതെ ഇങ്ങുപോരും
അമ്മയ്ക്കേറെ വാശിയുണ്ടെങ്കിലും
എന്നെ പിരിഞ്ഞിരിക്കാനമ്മക്കൊട്ടും ഇഷ്ടമില്ല
അച്ഛൻ മരിച്ചതിൽ പിന്നമ്മ ഒറ്റപ്പെട്ടെന്ന തോന്നലുണ്ട്
ചില്ലറ പരിഭവം പറഞ്ഞു ചിലനേരങ്ങളിൽ
ഉണ്ണാത ഉറങ്ങണ പതിവുമുണ്ട്
എന്നും കുഴമ്പും എണ്ണയുണ്ട്

കർക്കിടകത്തിൽ നല്ലരിക്കയുണ്ട്
നെയ്യൊഴിച്ച കുത്തരി കഞ്ഞിയുണ്ടെങ്കിലും
അമ്മയ്ക്ക് പരിഭവം ഏറെയുണ്ട്......
ഞങ്ങൾ അഞ്ചാറു മക്കളുണ്ടെങ്കിലും
അമ്മ ഏകയാണ് ഏകയാണെന്ന തോന്നലുണ്ട്
അമ്മയ്ക്കു ഞങ്ങളഞ്ചാറു മക്കളാണങ്കിലും
എനിക്കമ്മയാമമ്മ ഒന്നുമാത്രം

❍